AF188183

Impressum
Verlag: BABADADA GmbH, Nedderfeld 112 , 22529 Hamburg
Geschäftsführer / Verlagsleitung: Harald Hof
Druck: Books on Demand GmbH, In de Tarpen 42, 22848 Norderstedt

Imprint
Publisher: BABADADA GmbH, Nedderfeld 112 , 22529 Hamburg, Germany
Managing Director / Publishing direction: Harald Hof
Print: Books on Demand GmbH, In de Tarpen 42, 22848 Norderstedt, Germany

trường học
المدرسة

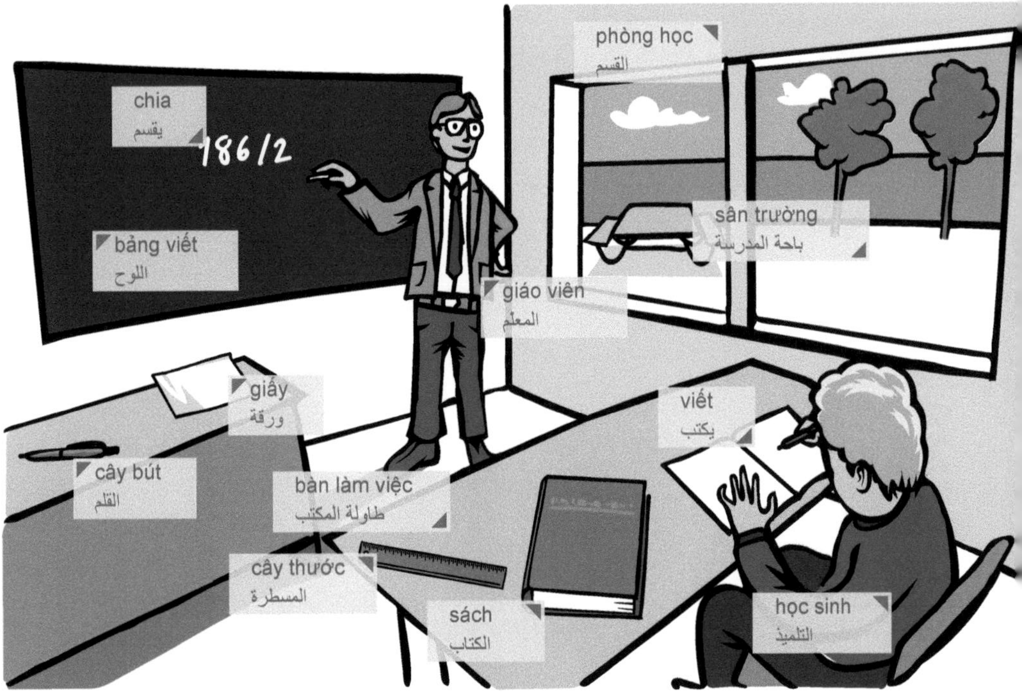

phòng học
القسم
chia
يقسم
186/2
sân trường
باحة المدرسة
bảng viết
اللوح
giáo viên
المعلّم
giấy
ورقة
viết
يكتب
cây bút
القلم
bàn làm việc
طاولة المكتب
cây thước
المسطرة
sách
الكتاب
học sinh
التلميذ

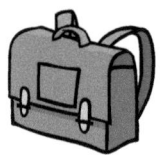

cặp đeo vai học sinh

الحقيبة المدرسية

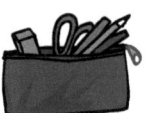

hộp đựng bút

المقلمة

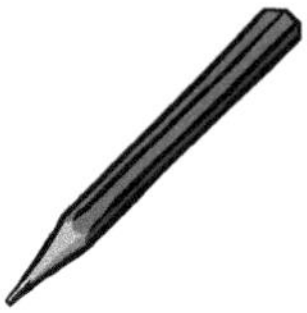

bút chì

قلم الرصاص

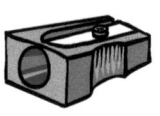

cái gọt bút chì

البرّاية

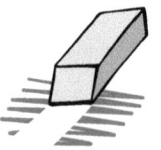

cục tẩy

المِمحاة

tập giấy vẽ

دفتر الرسم

bản vẽ

الرسمة

cọ vẽ

الفرشاة

hộp mực vẽ

علبة التلوين

cây kéo

المقص

keo dán

المادة اللاصقة

sách bài tập

دفتر التمارين

bài tập ở nhà

الواجب المدرسي

số

الرقم

cộng

يجمع

trừ

يطرح

nhân

يضرب

tính toán

يحسب

chữ cái

الحرف

bảng chữ cái

الأبجدية

từ

كلمة

văn bản

النص

đọc

يقرأ

phấn viết

الطبشور

bài học

الحصة

sổ lớp

دفتر الدوام المدرسي

thi kiểm tra

الامتحان

chứng chỉ

شهادة

đồng phục học sinh

اللباس المدرسي

giáo dục

التعليم

từ điển bách khoa

الموسوعة

đại học

الجامعة

kính hiển vi

المجهر

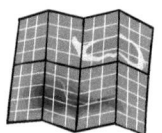

bản đồ

الخريطة

thùng rác giấy

قماما

khách sạn
فندق

Grand

nhà trọ
بيت الشباب

ROOMS

quầy đổi tiền
مكتب صرافة

EXCHANGE

va li
حقيبة

xe ô tô
سيارة

ngôn ngữ
اللغة

có / không
نعم / لا

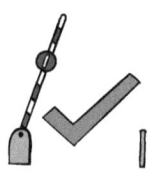

ô kê
حسناً

Xin chào
مرحباً

thông dịch viên
مترجم

cám ơn
شكراً

... bao nhiêu tiền?

كم ثمن ... ؟

tôi không hiểu

لا أفهم

vấn đề

مشكلة

Xin chào! (buổi tối)

مساء الخير

xin chào! (buổi sáng)

صباح الخير!

chúc ngủ ngon!

ليلة سعيدة

tạm biệt

إلى اللقاء

hướng đi

اتجاه

hành lý

أمتعة السفر

túi xách

حقيبة

túi ba lô

حقيبة ظهر

khách

ضيف

phòng

غرفة

túi ngủ

كيس للنوم

lều

خيمة

thông tin du lịch

استعلامات سياحية

bãi biển

شاطئ

thẻ tín dụng

بطاقة ائتمان

ăn sáng

إفطار

ăn trưa

طعام الغداء

ăn tối

العشاء

vé xe

بطاقة سفر

thang máy

مصعد

tem bưu điện

طابع بريدي

biên giới

حدود

hải quan

الجمارك

đại sứ quán

سفارة

thị thực

تأشيرة

hộ chiếu

جواز سفر

vận chuyển

نقل

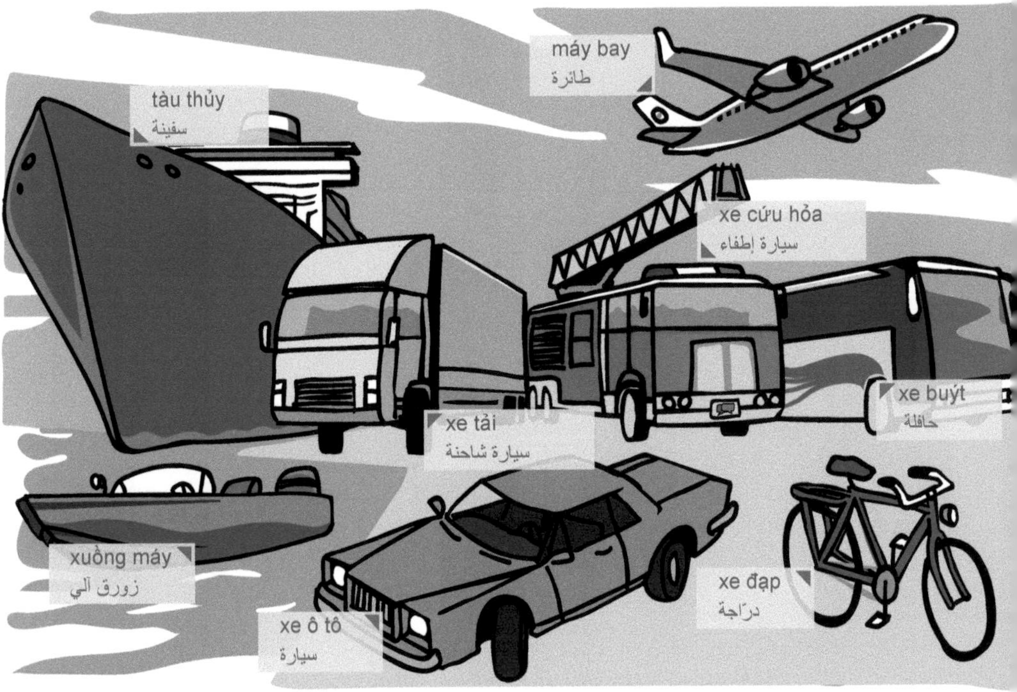
máy bay
طائرة
tàu thủy
سفينة
xe cứu hỏa
سيارة إطفاء
xe tải
سيارة شاحنة
xe buýt
حافلة
xuồng máy
زورق آلي
xe đạp
درّاجة
xe ô tô
سيارة

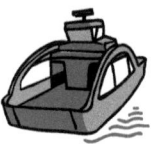

phà

عبارة

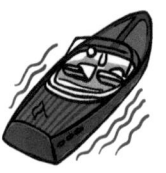

xuồng

قارب

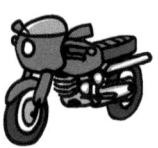

xe máy

دراجة نارية

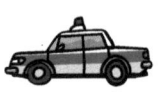

xe cảnh sát

سيارة شرطة

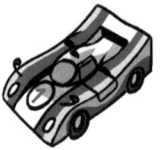

xe đua

سيارة سباق

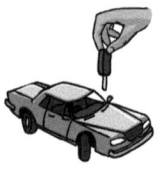

xe cho thuê

سيارة مستأجرة

dịch vụ thuê xe tự lái

أسلوب تشاركي في استئجار السيارات

xe kéo cứu hộ

سيارة للجر

xe rác

سيارة نقل القمامة

động cơ

محرك

xăng

وقود

trạm xăng

محطة وقود

biển báo giao thông

إشارة مرور

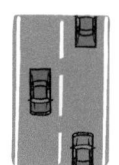

giao thông

حركة السير

ách tắc giao thông

ازدحام سير

bãi đậu xe

موقف سيارات

nhà ga

محطة قطار

đường ray

سكك حديدية

xe lửa

قطار

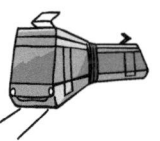

tàu điện

ترام

toa xe

عربة قطار

máy bay trực thăng

طائرة مروحية

sân bay

مطار

tháp

برج

hành khách

مسافر

côngtenơ

حاوية

thùng các-tông

علبة كرتون

xe đẩy

عربة يد

cái giỏ

سلة

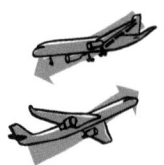

cất cánh / hạ cánh

يقلع / يهبط

thành phố

مدينة

làng

قرية

trung tâm thành phố

مركز المدينة

nhà

بيت

rạp chiếu phim
سينما

quảng cáo
دعاية

đèn đường
مصباح الشارع

đường phố
شارع

taxi
تاكسي

quán ăn nhẹ
كشك

người đi bộ
مشاة

vỉa hè
رصيف

ngã tư giao thông
تقاطع

phần đường có vạch cho người đi bộ
معبر المشاة

thùng rác lớn
حاوية قمامة

đèn hiệu giao thông
إشارة ضوئية

nhà chòi
كوخ

căn hộ
شقّة

nhà ga
محطة قطار

tòa thị chính
دار البلدية

viện bảo tàng
متحف

trường học
المدرسة

đại học

الجامعة

ngân hàng

مصرف

bệnh viện

المستشفى

khách sạn

فندق

hiệu thuốc

صيدلية

văn phòng

مكتب

hiệu sách

مكتبة

cửa hiệu

متجر

cửa hiệu bán hoa

محل لبيع الزهور

siêu thị

سوبرماركت

chợ

سوق

cửa hàng bách hóa

متجر كبير

người bán cá

تاجر السمك

trung tâm mua bán

مركز تسوّق

bến cảng

ميناء

công viên

حديقة عامة

ghế băng

مقعد

cầu

جسر

cầu thang

درج، سلم

tàu điện ngầm

مترو

đường hầm

نفق

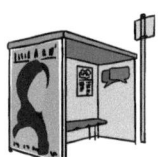

trạm xe buýt

موقف حافلات

quán bar

بار

khách sạn

مطعم

hòm thư công cộng

صندوق البريد

bảng hiệu đường

لافتة باسم الشارع

đồng hồ đậu xe

مقياس زمن الوقوف

vườn bách thú

حديقة حيوانات

bể bơi

مسبح

nhà thờ Hồi giáo

مسجد

nông trại

مزرعة

ô nhiễm môi trường

تلوث البيئة

nghĩa trang

مقبرة

nhà thờ

كنيسة

sân chơi

ملعب الأطفال

ngôi đền

معبد

phong cảnh

طبيعة ريفية

lá cây
ورقة

bảng chỉ đường
علامة إرشاد

lối đi
طريق

bãi cỏ
مرج

hòn đá
حجر

cây
شجرة

người đi bộ đường dài
رحالة

sông
نهر

cỏ
عشب

bông hoa
زهرة

thung lũng

وادٍ

đồi

جبل

hồ nước

بحيرة

rừng

غابة

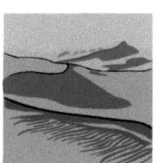

sa mạc

صحراء

núi lửa

بركان

lâu đài

قلعة

cầu vồng

قوس قزح

nấm

فطر

cây cọ

نخلة

con muỗi

بعوض

con ruồi

ذبابة

con kiến

نملة

con ong

نحلة

con nhện

عنكبوت

bọ cánh cứng

خنفساء

con ếch

ضفدعة

con sóc

سنجاب

con nhím

قنفذ

con thỏ

أرنب

con cú

بومة

con chim

عصفور

thiên nga

بجعة

heo rừng

خنزير برّي

con hươu

غزال

nai sừng tấm

إلكة

đê

سد

tuabin gió

دولاب الطاحونة الهوائية

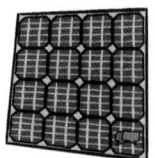

tấm năng lượng mặt trời

خلية شمسية

khí hậu

مناخ

khách sạn

مطعم

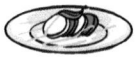

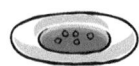

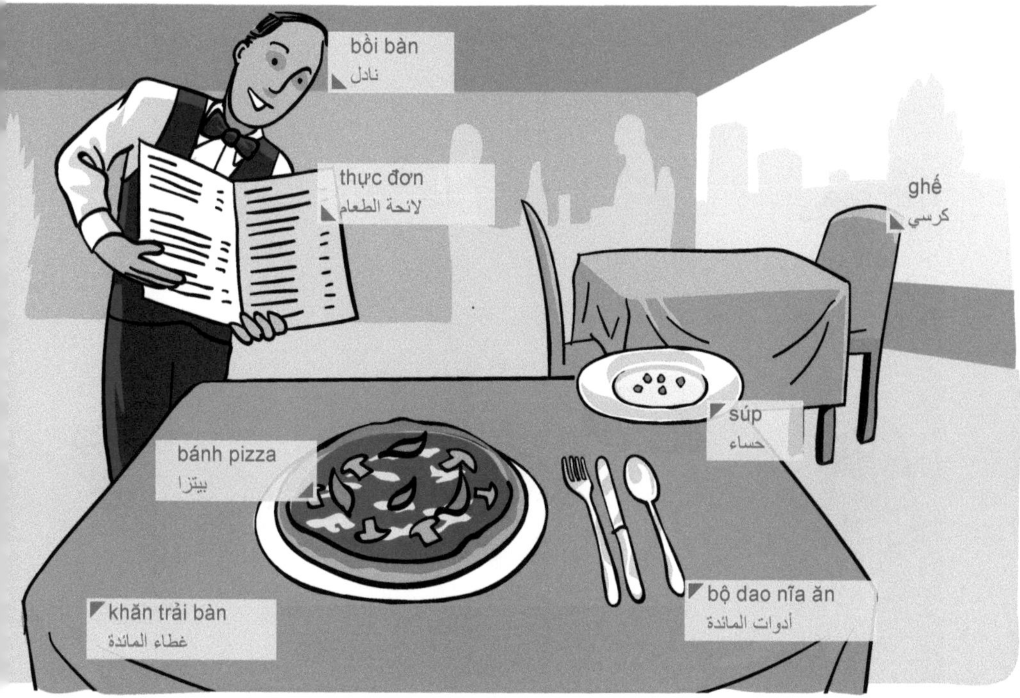

bồi bàn
نادل
thực đơn
لائحة الطعام
ghế
كرسي
súp
حساء
bánh pizza
بيتزا
bộ dao nĩa ăn
أدوات المائدة
khăn trải bàn
غطاء المائدة

món ăn khai vị

مقبلات

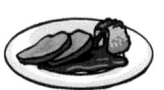

món ăn chính

الصحن الرئيسي

món tráng miệng

حلوى أو فاكهة بعد الطعام

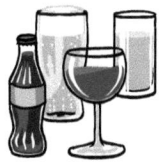

thức uống

مشروبات

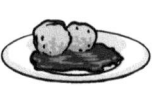

thức ăn

طعام

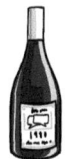

cái chai

زجاجة

thức ăn nhanh

وجبات سريعة

thức ăn đường phố

طعام الشارع

ấm trà

إبريق الشاي

hộp đường

علبة السكر

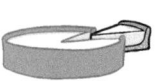

khẩu phần

حصّة

máy pha espresso

آلة الإسبريسو

ghế cao

كرسي عالٍ

hóa đơn

فاتورة

khay

صينية

dao

سكين

nĩa

شوكة

thìa

ملعقة

thìa uống trà

ملعقة الشاي

khăn ăn

منديل المائدة

cốc thủy tinh

كأس

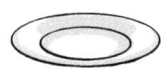

đĩa

صحن

đĩa súp

صحن الحساء

đĩa lót cốc

صحن الفنجان

nước sốt

صلصة

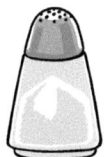

lọ muối

مملحة

cái xay tiêu

مطحنة الفلفل

giấm

خلّ

dầu

زيت الطعام

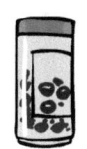

gia vị

توابل

nước xốt cà chua

كتشاب

tương hạt cải

خردل

nước sốt mayonnaise

مايونيز

siêu thị
سوبرماركت

chào giá đặc biệt
عرض خاص
FOR
khách hàng
زبون
sản phẩm từ sữa
مشتقات الحليب
trái cây
فواكه
xe đẩy mua sắm
عربة تسوّق

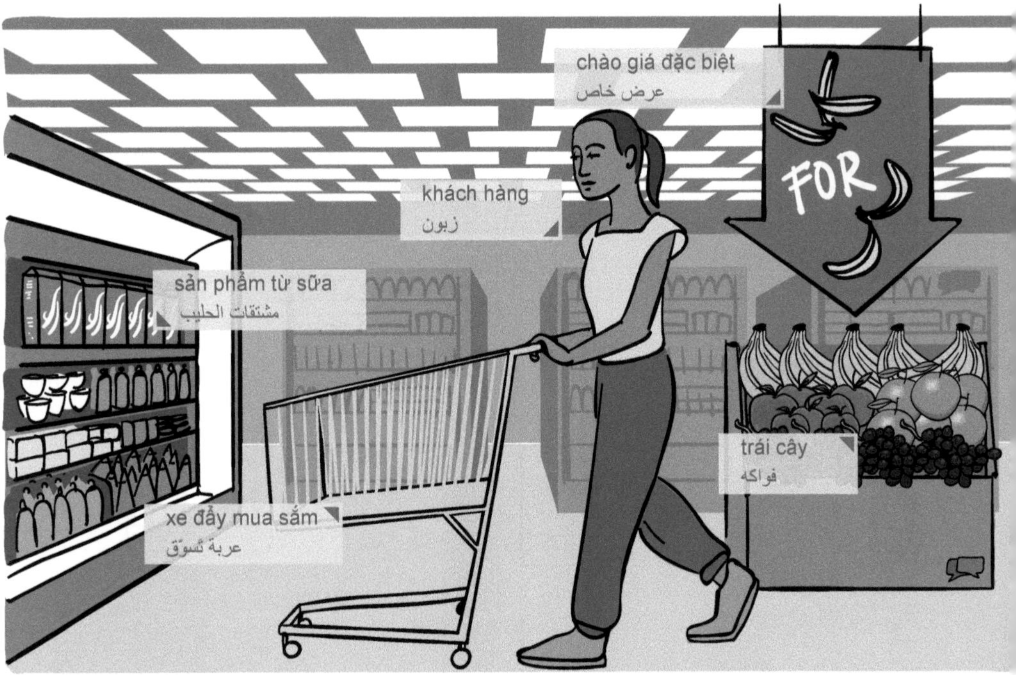

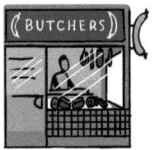

BUTCHERS

lò mổ
جزّار

BAKERY

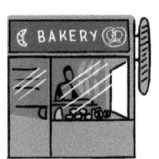

cửa hiệu bán bánh mì
مخبز

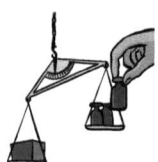

cân nặng
يزن

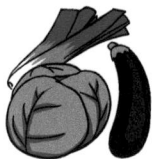

rau quả
خضار

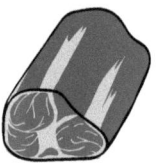

thịt
لحم

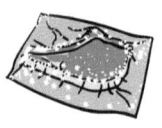

thức ăn đông lạnh
المأكولات المجمّدة

lát thịt nguội

مرتدلا أو جبن

đồ hộp

معلبات

bột giặt

مسحوق الغسيل

đồ ngọt

حلويات

sản phẩm dùng trong gia đình

المواد المنزلية

chất tẩy rửa

منظفات

người bán hàng

بائعة

quầy trả tiền

صندوق الحساب

nhân viên thu ngân

أمين صندوق

danh sách mua sắm

قائمة المشتريات

giờ mở cửa

أوقات العمل

ví tiền

محفظة النقود

thẻ tín dụng

بطاقة ائتمان

túi đeo

حقيبة

túi ny lông

كيس بلاستيكي

nước

ماء

nước quả ép

عصير

sữa

حليب

coca-cola

كولا

rượu vang

نبيذ

bia

بيرة

cồn

كحول

cacao

كاكاو

trà

شاي

cà phê

قهوة

espresso

قهوة إسبريسو

cappuccino

كابوتشينو

chuối

موزة

quả táo

تفاح

quả cam

برتقال

dưa hấu

بطيخ

chanh

ليمون

cà rốt

جزرة

tỏi

ثوم

tre

خيزران

củ hành

بصل

nấm

فِطر

hạt dẻ

لوزيات

mì

شعيرية

mì spaghetti

سباغيتي

cơm

أرزّ

xà lách

سلطة

khoai tây chiên

بطاطا مقلية

khoai tây chiên

بطاطا مقلية

bánh pizza

بيتزا

bánh hamburger

هامبورغر

bánh mì sandwich

ساندويش

thịt côtlet

شريحة لحم مقلية

thịt giăm bông

لحم خنزير

xúc xích

سلامي

dồi

سجق

gà

دجاج

rán

لحم محمر

cá

سمك

cháo yến mạch

دقيق الشوفان

cháo muesli

موسلي

bánh bột ngô nướng

كورن فلكس

bột mì

طحين

bánh sừng bò

كرواسان

bánh mì

خبز صغير

bánh mì

خبز

bánh mì nướng

خبز محمص

bánh bích quy

بسكويت

bơ

زبدة

sữa đông

لبن زبادي

bánh ngọt

كعكة

trứng

بيضة

trứng rán

بيض مقلي

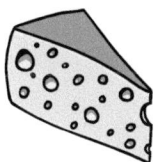

pho mát

جبنة

kem

مثلجات

đường

سكر

mật ong

عسل

mứt

مربّى الفاكهة

kem nougat

كريم النوغا

cà ri

الكاري

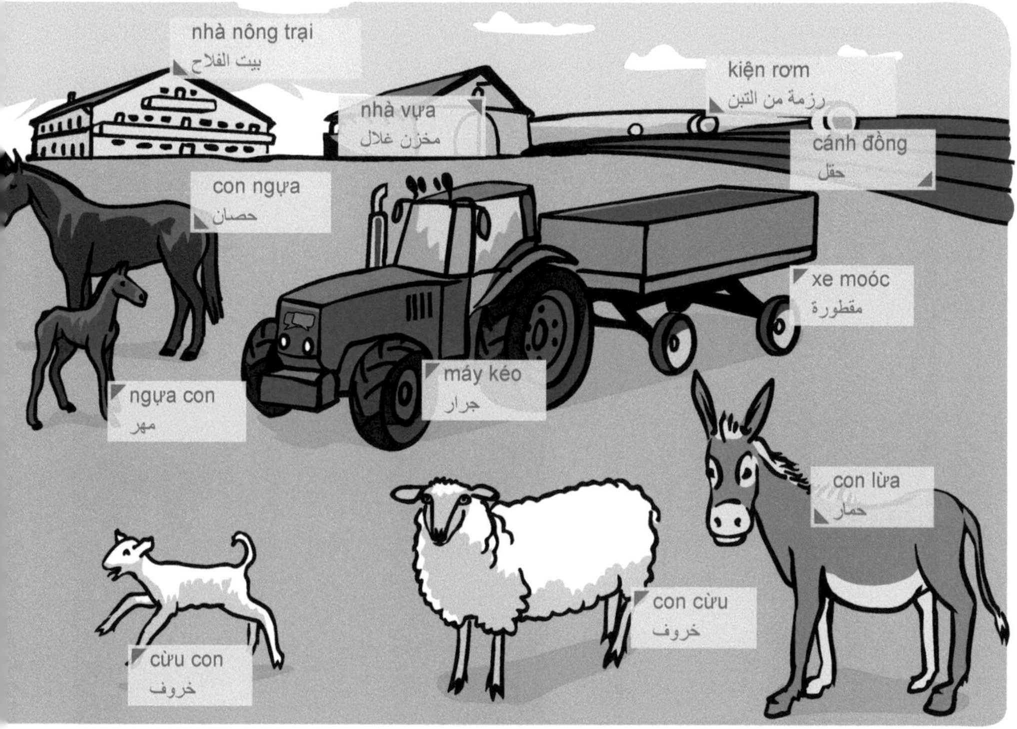

nhà nông trại
بيت الفلاح

nhà vựa
مخزن غلال

kiện rơm
رزمة من التبن

cánh đồng
حقل

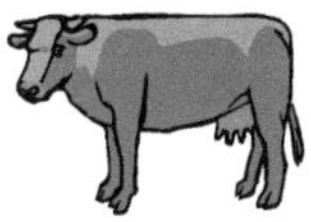

con ngựa
حصان

xe moóc
مقطورة

máy kéo
جرار

ngựa con
مهر

con lừa
حمار

con cừu
خروف

cừu con
خروف

con dê	con bò	con bê

ماعز	بقرة	عجل

con lợn	lợn con	bò đực

خنزير	خنزير صغير	ثور

con ngỗng

إوزّة

con vịt

بطة

gà con

صوص

gà mái

دجاجة

gà trống

ديك

con chuột

جرذ

mèo

قطة

chuột nhắt

فأر

bò đực

ثور

con chó

كلب

nhà chuồng chó

كوخ الكلب

ống tưới vườn cây

خرطوم الحديقة

thùng tưới cây

إبريق

lưỡi hái

منجل

cái cày

المحراث

cái liềm

منجل

cái cuốc

معزقة

cái chĩa

مذراة الزبل

cái rìu

بلطة

xe cút kít

عربة يد

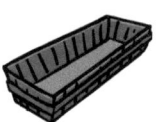

máng ăn

معلف

lọ sữa

صفيحة الحليب

bao tải

كيس

hàng rào

سياج

chuồng

اصطبل

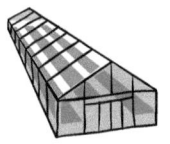

nhà kính trồng cây

دفيئة

đất trồng

تربة

hạt giống

بذور

phân bón

سماد

máy gặt đập liên hợp

حصادة دراسة

thu hoạch

يحصد

mùa thu hoạch

محصول

khoai lang

بطاطا يامس

lúa mì

قمح

đậu nành

صويا

khoai tây

بطاطا

ngô

ذرة

hạt cải dầu

سلجم

cây ăn trái

شجرة فاكهة

sắn

نبات منيهوت

ngũ cốc

الحبوب

nhà

بيت

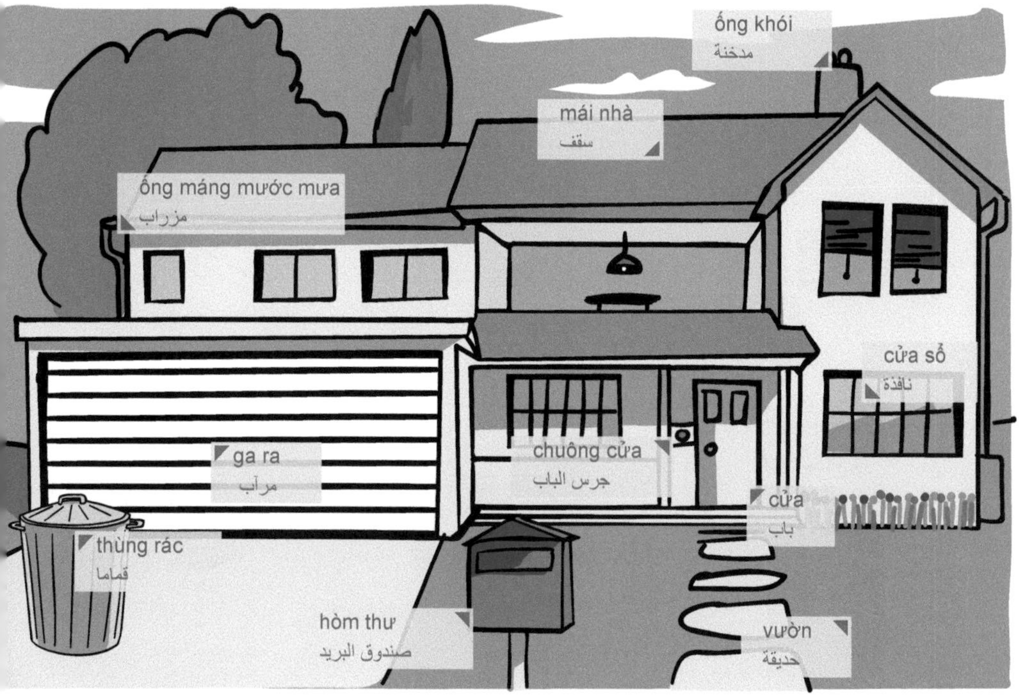

ống khói
مدخنة
mái nhà
سقف
ống máng mước mưa
مزراب
cửa sổ
نافذة
ga ra
مرآب
chuông cửa
جرس الباب
cửa
باب
thùng rác
قماما
hòm thư
صندوق البريد
vườn
حديقة

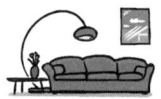

phòng khách

غرفة جلوس

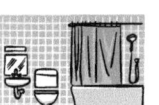

phòng tắm

الحمّام

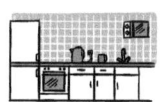

bếp

مطبخ

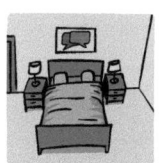

phòng ngủ

غرفة النوم

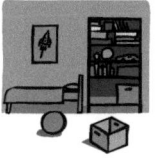

phòng trẻ em

غرفة الأطفال

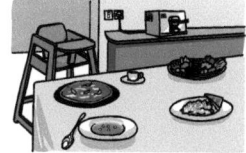

phòng ăn

غرفة الطعام

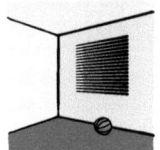

nền nhà

أرضية

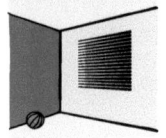

tường

حائط

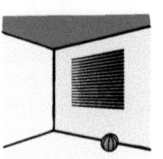

trần nhà

سقف

tầng hầm

قبو

tắm hơi

ساونا

ban công

بلكون

sân hiên

شرفة

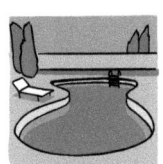

bể bơi

مسبح

máy cắt cỏ

جزّازة العشب

khăn trải giường

بياضات السرير

khăn trải giường

بطانية

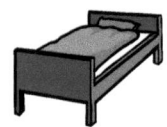

giường

سرير

chổi

مكنسة

cái xô

سطل

công tắc điện

مفتاح كهربائي

phòng khách
غرفة جلوس

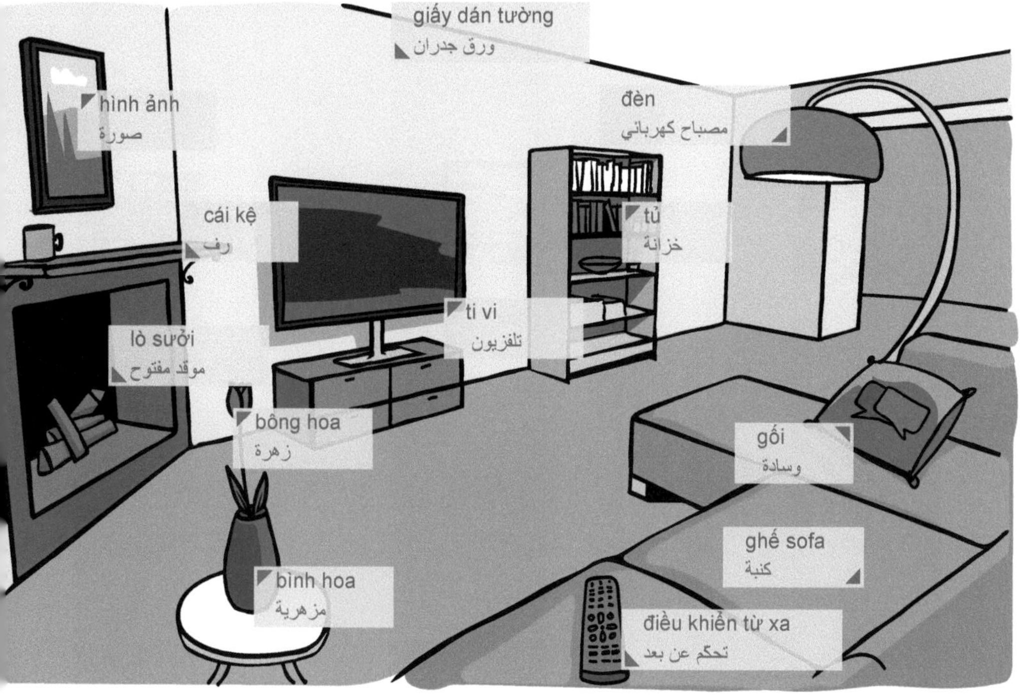

giấy dán tường
ورق جدران
hình ảnh
صورة
đèn
مصباح كهربائي
cái kệ
رف
tủ
خزانة
ti vi
تلفزيون
lò sưởi
موقد مفتوح
bông hoa
زهرة
gối
وسادة
ghế sofa
كنبة
bình hoa
مزهرية
điều khiển từ xa
تحكم عن بعد

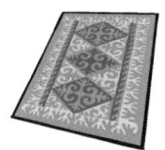

thảm
بساط

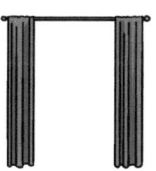

rèm
ستارة

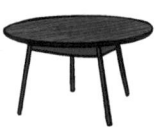

cái bàn
طاولة

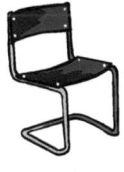

ghế
كرسي

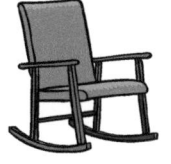

ghế bập bênh
كرسي هزّاز

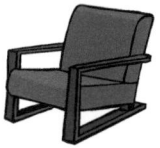

ghế bành
كرسي ذو ذراعين

sách
....
الكتاب

cái chăn
....
بطانية

đồ trang trí
....
زخرفة

củi
....
الحطب

phim
....
فيلم

máy hi-fi
....
تجهيزات ستيريو

chìa khóa
....
مفتاح

báo
....
جريدة

bức tranh
....
لوحة مرسومة

áp phích
....
مُلصق

radio
....
راديو

sổ ghi chép
....
دفتر ملاحظات

máy hút bụi
....
المكنسة الكهربائية

cây xương rồng
....
صبّار

cây nến
....
شمعة

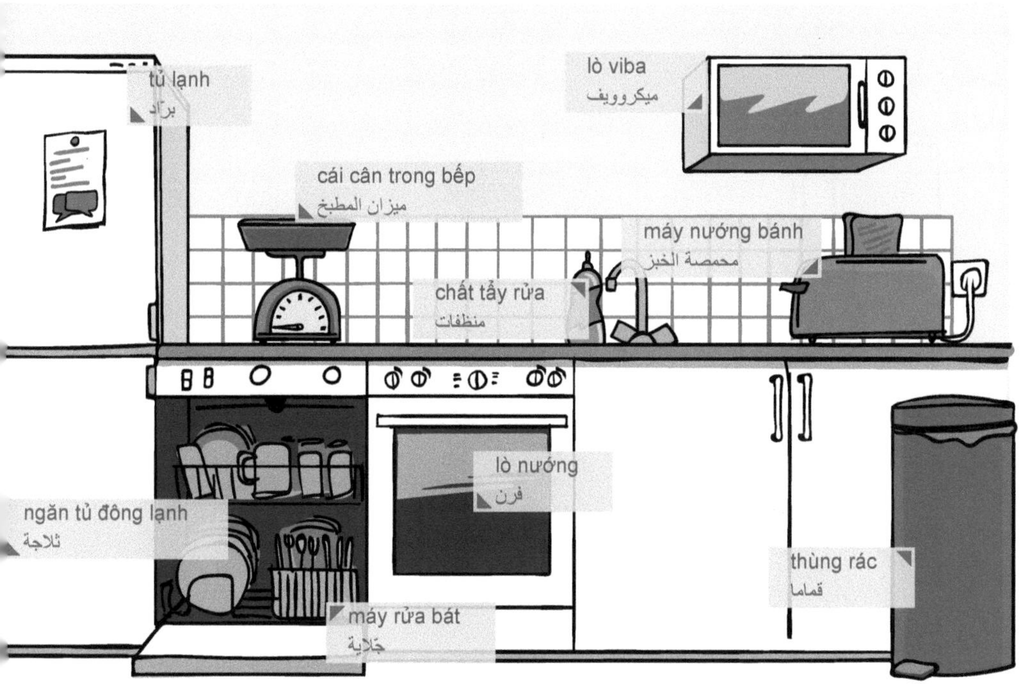

tủ lạnh
براد

lò viba
ميكروويف

cái cân trong bếp
ميزان المطبخ

máy nướng bánh
محمصة الخبز

chất tẩy rửa
منظفات

lò nướng
فرن

ngăn tủ đông lạnh
ثلاجة

thùng rác
قماما

máy rửa bát
جلاية

lò nấu

موقد

nồi

قدر

nồi sắt

وعاء من الحديد

chảo

قدر صيني

chảo

مقلاة

ấm đun nước

غلاية

nồi đun hơi

قدر البخار

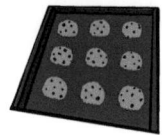

khay lò nướng

صينية

bát đĩa

أواني

cốc

فنجان

cái bát

صحن

đũa

عيدان الأكل

cái vá

مغرفة

bàn xẻng

ملعقة منبسطة

que đánh kem

خفاقة

rây dùng trong bếp

مصفاة

cái rây lọc

مصفاة

cái nạo

مبشرة

vữa

هاون

vỉ nướng

شواء

ngọn lửa trần

موقد

cái thớt

لوح التقطيع

trục cán bột

نشابة

cái mở nút chai

مفتاح الزجاجات

vỏ đồ hộp

علبة

cái mở vỏ đồ hộp

مفتاح العلب المعدنية

miếng nhấc nồi

قماش الفرن

bồn rửa bát

مجلى

bàn chải

فرشاة

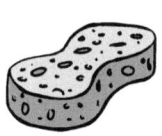

miếng xốp

إسفنج

máy xay

خلاط

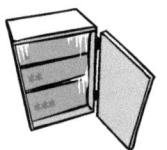

tủ đông lạnh

مجمّدة

bình sữa cho trẻ sơ sinh

زجاجة الطفل

vòi nước

صنبور الماء

phòng tắm

الحمّام

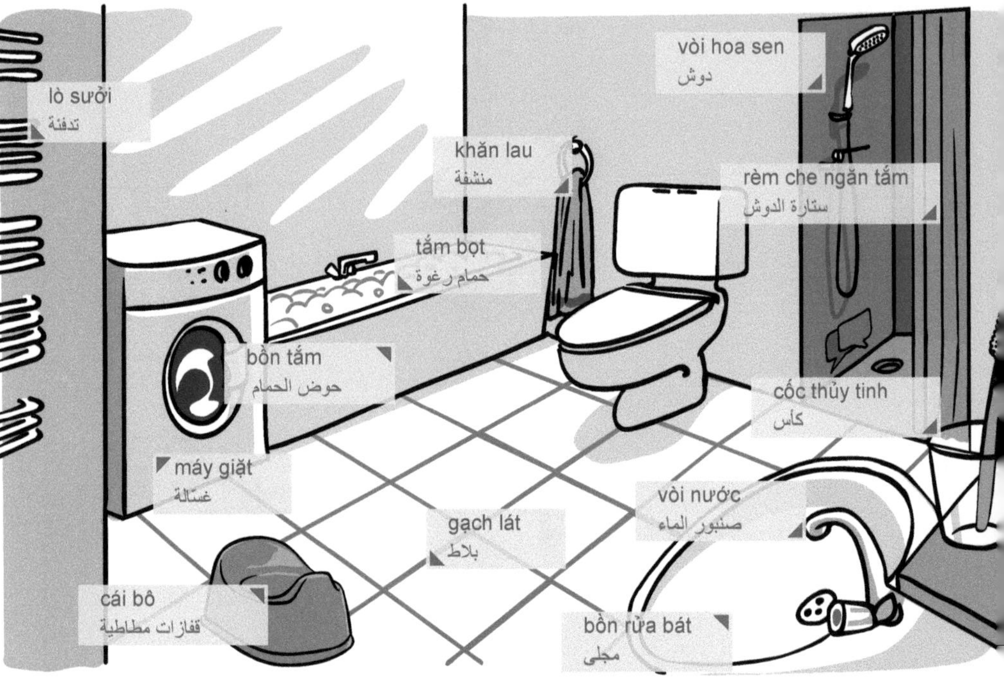

lò sưởi
تدفئة
vòi hoa sen
دوش
khăn lau
منشفة
rèm che ngăn tắm
ستارة الدوش
tắm bọt
حمام رغوة
bồn tắm
حوض الحمام
cốc thủy tinh
كأس
máy giặt
غسّالة
vòi nước
صنبور الماء
gạch lát
بلاط
cái bô
قفازات مطاطية
bồn rửa bát
مجلى

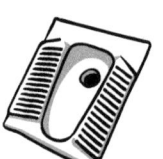

bồn cầu
حمام

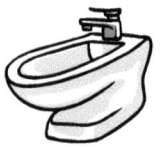

bồn cầu ngồi xổm
مرحاض القرفصاء

bồn rửa hậu môn
حوض التشطيف

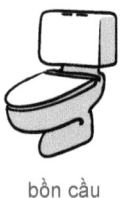

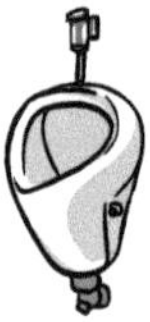
bồn tiểu tiện
مبولة

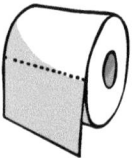

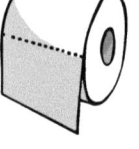

giấy vệ sinh
ورق المرحاض

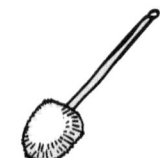

bàn chải cọ bồn cầu
فرشاة الحمام

bàn chải đánh răng

فرشاة الأسنان

kem đánh răng

معجون الأسنان

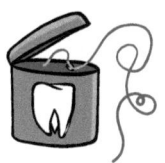

chỉ nha khoa

خيط حرير لتنظيف الأسنان

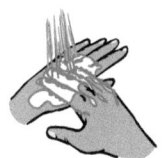

rửa

يغسل

vòi sen cầm tay

رشاش ماء يدوي

vòi rửa hậu môn

شطاف

bồn rửa

حوض الغسيل

bàn chải cọ lưng

فرشاة الظهر

xà phòng

صابون

sữa tắm

جيل الدوش

dầu gội

شامبو

khăn cọ để tắm

ممسحة

lỗ thoát nước

مصرف للماء

kem

مرهم

chất khử mùi

مزيل الروائح

gương

مرآة

gương tay

مرآة يد

dao cạo râu

موس حلاقة

kem cạo râu

رغوة الحلاقة

nước thơm dùng sau khi cạo râu

كولونيا

cái lược

مشط

bàn chải

فرشاة

máy xấy tóc

سشوار

keo xịt tóc

مثبت للشعر

đồ trang điểm

ماكياج

thỏi son môi

روج

sơn bôi móng

طلاء أظافر

bông

قطن

kéo cắt móng

مقص أظافر

nước hoa

عطر

túi đựng đồ tắm

سلة الغسيل

ghế đẩu

مقعد صغير

cái cân

ميزان

áo choàng tắm

معطف الحمام

găng tay làm vệ sinh

قفازات مطاطية

nút gạc

سدادة قطنية

băng vệ sinh

منشفة صحية

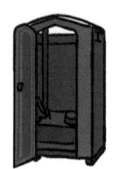

nhà vệ sinh hóa chất

تواليت كيميائية

phòng trẻ em

غرفة الأطفال

đồng hồ báo thức
منبّه
thú bông
الحيوانات المحنطة
xe đồ chơi
سيارة لعبة
cái lúc lắc
خشخشة
nhà búp bê
بيت الدمى
món quà
هدية

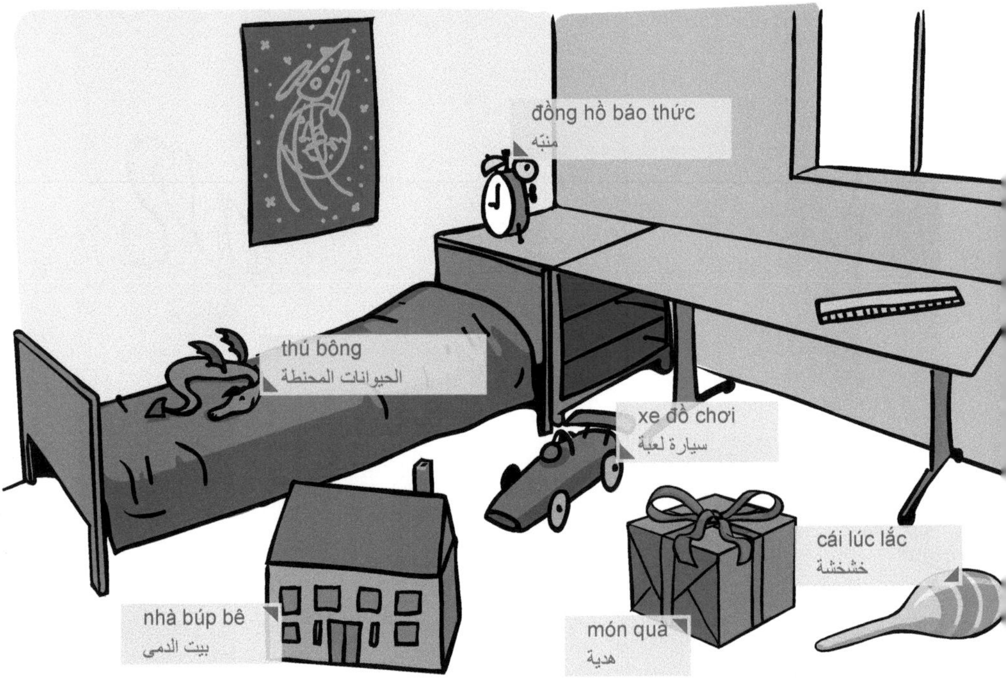

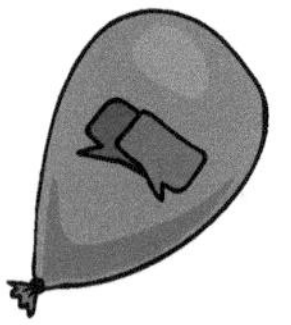

bong bóng

بالون

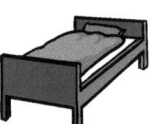

giường

سرير

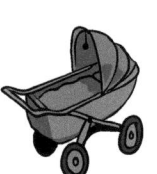

xe nôi

عربة الأطفال

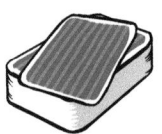

trò chơi bài

لعبة الورق

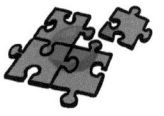

trò chơi ghép hình

أحجية

SUPER MEGA

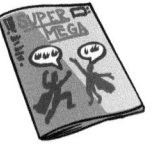

truyện tranh

رسوم هزلية

gạch Lego

أحجار الليغو

khối xếp hình

حجارة تركيب

nhân vật hành động

دمية بطل

o liền quần cho trẻ sơ sinh

لباس الطفل

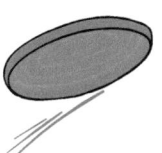

đĩa nhựa để ném

فريسبي

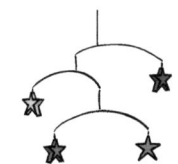

đồ chơi treo trên giường

دمية معلقة

trò chơi cờ bàn

لعبة الطاولة

xúc xắc

لعبة النرد

đồ chơi xe lửa mô hình

لعبة قطار

ti giả

مصّاصة

buổi tiệc

حفلة

sách tranh

كتاب مصوّر

quả bóng

كرة

búp bê

دمية

chơi

يلعب

hố cát

ملعب رملي للأطفال

cái đu

أرجوحة

đồ chơi

لعبة

máy chơi game cầm tay

ألعاب فيديو

xe ba bánh

دراجة ثلاثية

gấu bông

دمية على شكل الدب

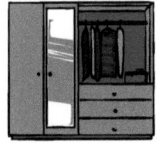

tủ quần áo

خزانة الثياب

y phục

ثياب

bít tất

جوارب قصيرة

bít tất dài

جوارب طويلة

quần tất

جورب بنطلون

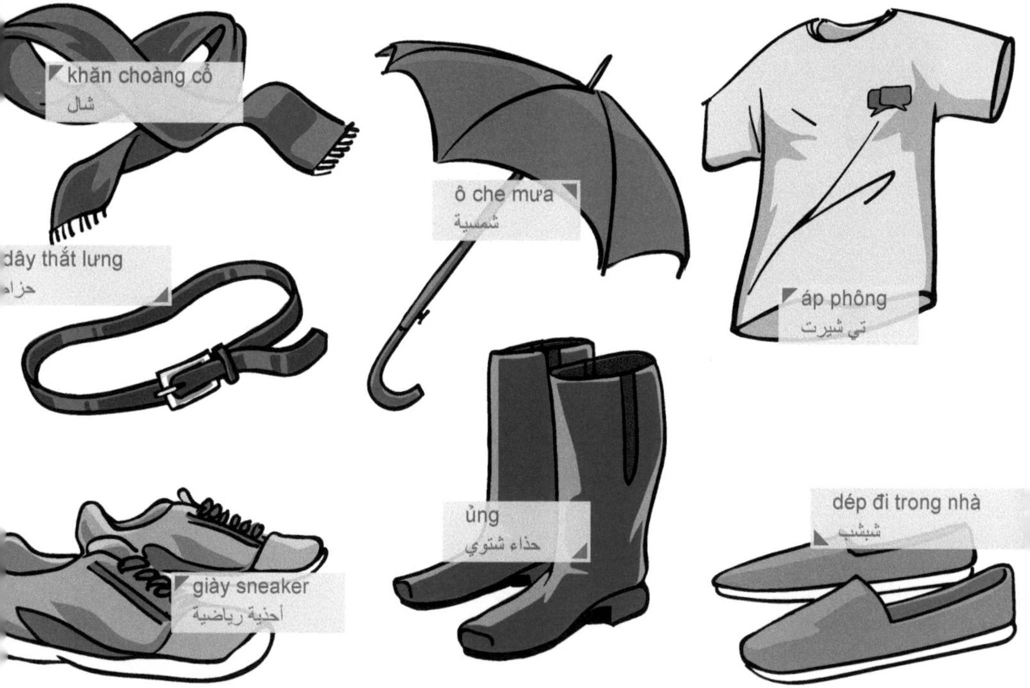

khăn choàng cổ
شال

ô che mưa
شمسية

áp phông
تي شيرت

dây thắt lưng
حزام

ủng
حذاء شتوي

dép đi trong nhà
شبشب

giày sneaker
أحذية رياضية

dép xăng đan
....
صندل

giày
....
حذاء

ủng cao su
....
جزمة كاوتشوك

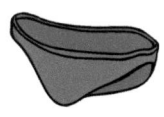

quần lót
....
سروال داخلي

áo ngực
....
صدارة

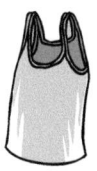

áo vest
....
قميص داخلي

y phục - ثياب

45

áo ôm sát cơ thể

لباس ملاصق للجسم

quần dài

بنطلون

quần bò

جينز

váy

تنورة

áo cánh

بلوزة

áo sơ mi

قميص

áo len chui đầu

سترة قطنية

áo len

كنزة كم طويل

áo blazer

سترة فضفاضة

áo jacket

سترة

áo khoác

معطف

áo mưa

معطف مطري

trang phục

زي - طقم نسائي

áo váy

ثوب

áo cưới

ثوب الزفاف

bộ com lê

طقم

áo ngủ

قميص نوم

pijama

بيجاما

trang phục sari

ساري

khăn trùm đầu

حجاب

khăn đội đầu

عمامة

áo burka

برقع

áo captan

قفطان

áo aba

عباءة

quần áo bơi

مايوه

quần bơi

سروال سباحة

quần đùi

شرت

quần áo tracksuit

بدلة رياضية

tạp dề

منزر

găng tay

قفازات

cái cúc

زر

kính mắt

نظّارة

vòng đeo tay

إسوارة

vòng cổ

عقد

nhẫn

خاتم

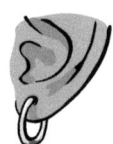

hoa tai

قرط

mũ lưỡi trai

طاقيّة

cái mắc treo áo quần

علاقة ثياب

mũ

قبّعة

cà vạt

ربطة العنق

dây kéo phéc mơ tuya

سحّاب

mũ bảo hiểm

خوذة

dây đeo quần

حمّالة البنطلون

đồng phục học sinh

اللباس المدرسي

đồng phục

زي موحّد

yếm trẻ em

مريلة الأطفال

ti giả

مصّاصة

tã lót

لفافة

văn phòng

مكتب

máy chủ

المخدّم

tủ hồ sơ

خزانة الملفات

màn hình

شاشة

máy in

طابعة

giấy

ورقة

chuột máy tính

فأرة

bàn làm việc

طاولة المكتب

thư mục

ملف

bàn phím

لوحة المفاتيح

thùng rác giấy

قماما

ghế

كرسي

máy tính

حاسوب

cốc cà phê

كأس من القهوة

máy tính bỏ túi

الآلة الحاسبة

internet

الإنترنت

laptop

الحاسوب المحمول

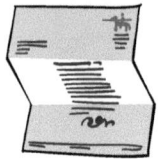

thư

رسالة

tin nhắn

خبر

điện thoại di động

الهاتف المحمول

mạng

شبكة

máy photocopy

جهاز تصوير

phần mềm

البرمجيات

điện thoại

هاتف

ổ cắm điện

مقبس كهربائي

máy fax

فاكس

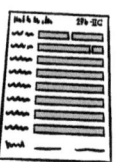

mẫu đơn

استمارة

chứng từ

وثيقة

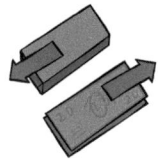

mua

يَشْتري

trả tiền

يدفع

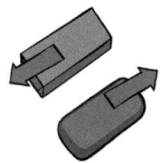

buôn bán

يتاجر

tiền

مال

đô la

دولار

Euro

يورو

yên

ين

rúp

روبل

franc Thụy Sĩ

فرنك سويسري

nhân dân tệ

يوان

rupi

روبية

máy rút tiền tự động

صرّاف آلي

quầy đổi tiền

مكتب صرافة

vàng

ذهب

bạc

فضة

dầu

نفط

năng lượng

طاقة

giá tiền

سعر

hợp đồng

عقد

thuế

ضريبة

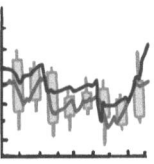

cổ phiếu

سهم

làm việc

يعمل

nhân viên

موظف

chủ lao động

رب العمل

nhà máy

مصنع

cửa hiệu

متجر

kinh tế - اقتصاد

nghề nghiệp

المِهَن

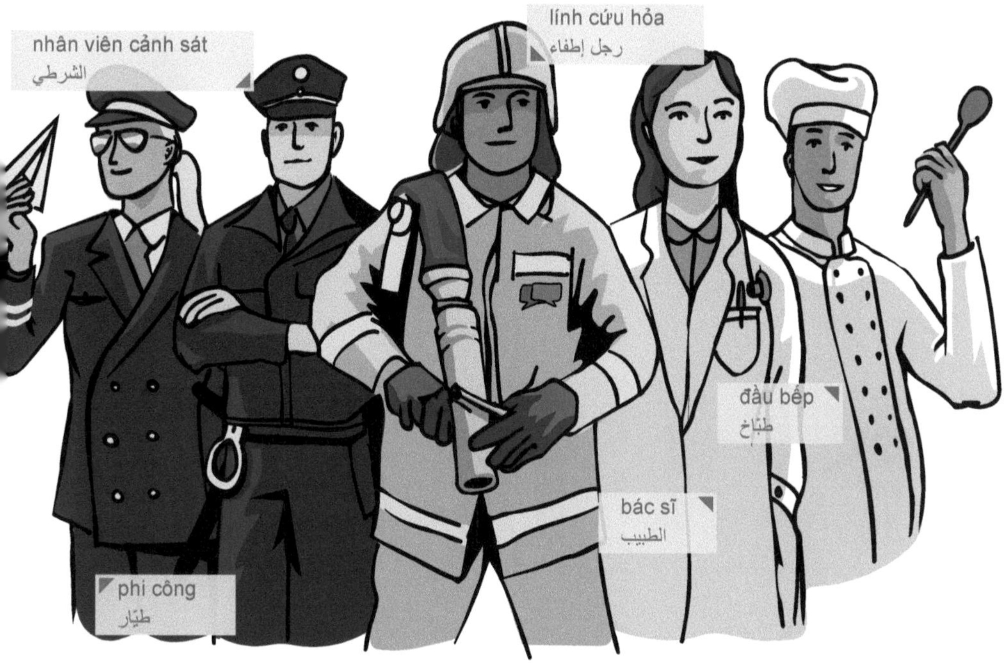
nhân viên cảnh sát
الشرطي
lính cứu hỏa
رجل إطفاء
đầu bếp
طبّاخ
bác sĩ
الطبيب
phi công
طيّار

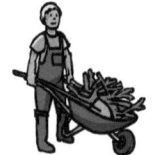

người làm vườn

بستاني

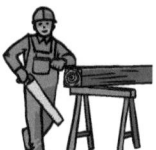

thợ mộc

نجّار

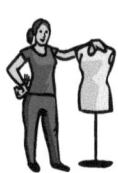

thợ may

خيّاطة

chánh án

قاضِ

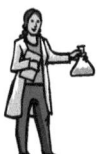

nhà hóa học

كيميائي

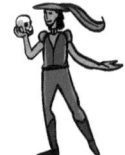

diễn viên

ممثل

tài xế xe buýt

سائق حافلة

người lái taxi

سائق تاكسي

ngư dân

صياد سمك

người lau dọn vệ sinh

أجيرة للتنظيف

thợ lợp mái nhà

بنّاء سقف

bồi bàn

نادل

thợ săn

صيّاد

họa sĩ

رسّام

thợ làm bánh

خباز

thợ điện

كهربائي

thợ xây dựng

عامل بناء

kỹ sư

مهندس

người hàng thịt

لحّام

thợ sửa ống nước

سمكري

người đưa thư

ساعي البريد

người lính

جندي

kiến trúc sư

مهندس معماري

nhân viên thu ngân

أمين صندوق

người bán hoa

بائع الزهور

thợ cắt tóc

حلاق

nhân viên soát vé

مراقب القطار

thợ cơ khí

ميكانيكي

thuyền trưởng

قبطان

nha sĩ

طبيب أسنان

nhà khoa học

رجل العلم

giáo sĩ Do thái

حاخام

lãnh tụ Hồi giáo

إمام

nhà sư

راهب

mục sư

كاهن

dụng cụ
عدة عمل

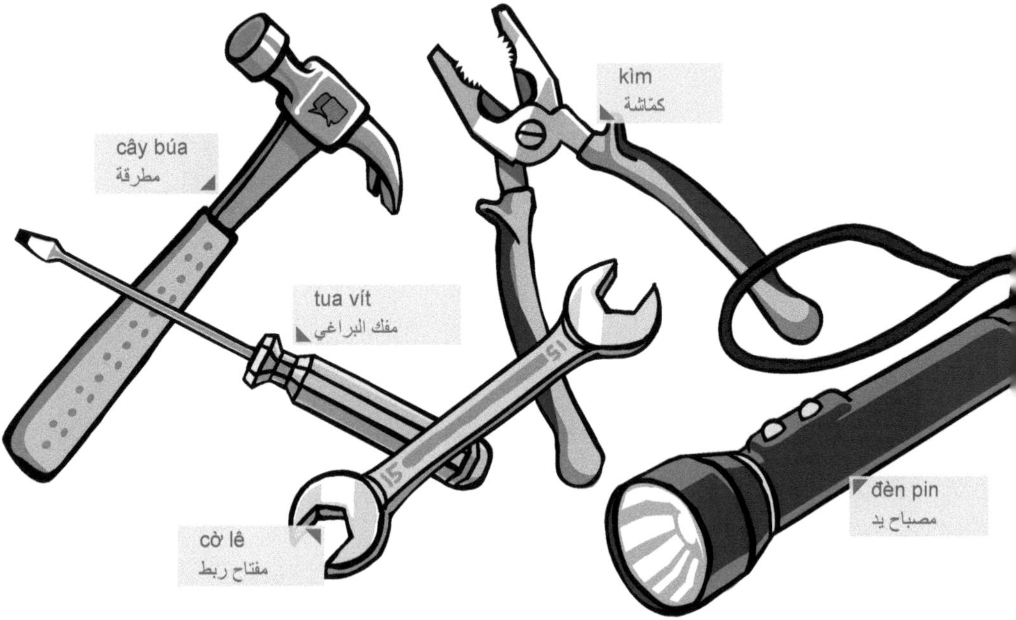

cây búa
مطرقة
kìm
كمّاشة
tua vít
مفك البراغي
cờ lê
مفتاح ربط
đèn pin
مصباح يد

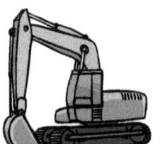

máy xúc đất
جرافة

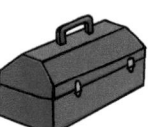

hộp dụng cụ
صندوق العدة

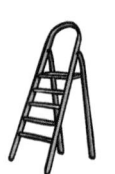

cái thang
سلّم

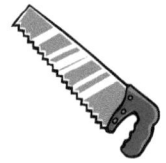

cưa
منشار

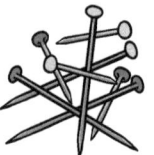

đinh
مسامير

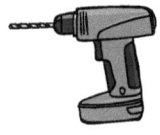

máy khoan
مثقب

sửa chữa
....
يصلح

cái xẻng
....
مجرفة

khốn nạn!
....
اللعنة

cái hót rác
....
لقاطة الكناسة

thùng sơn
....
سطل الألوان

vít
....
براغي

nhạc cụ
آلات موسيقية

loa
مكبر الصوت

bộ trống
آلات الإيقاع

đàn ghi ta
غيتار

đàn công tra bát
كمان أجهر

kèn trompet
بوق

đàn piano

بيانو

đàn vĩ cầm

كمنجة

ghi ta bass

جهير

trống định âm

طبل كبير

trống

طبل

đàn organ

بيانو كهربائي

kèn Saxophone

ساكسوفون

sáo

ناي

micro

ميكروفون

nhạc cụ - آلات موسيقية

vườn bách thú

حديقة حيوانات

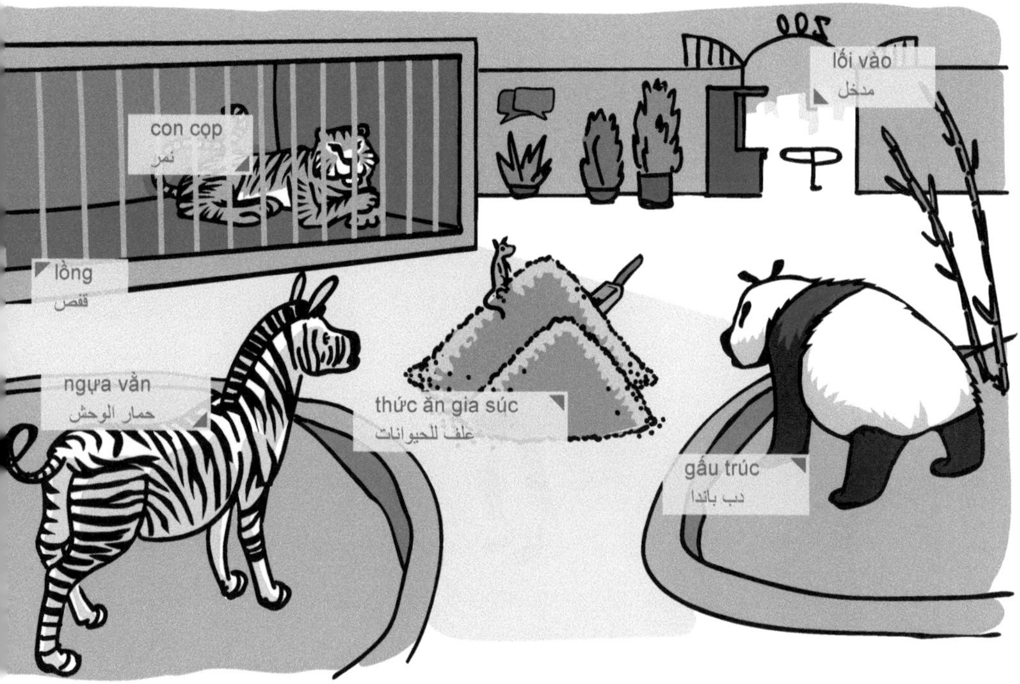

lối vào
مدخل
con cọp
نمر
lồng
قفص
ngựa vằn
حمار الوحش
thức ăn gia súc
علف للحيوانات
gấu trúc
دب باندا

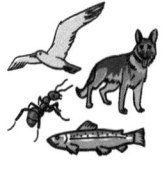

động vật

حيوانات

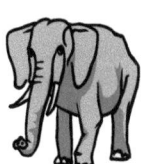

con voi

فيل

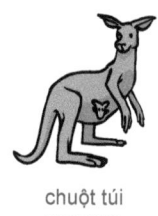

chuột túi

كنغر

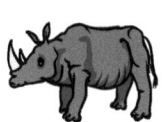

tê giác

وحيد القرن

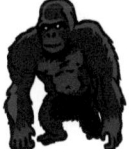

khỉ đột

غوريلا

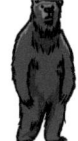

con gấu

دب

lạc đà

جمل

đà điểu

نعامة

sư tử

أسد

con khỉ

قرد

hồng hạc

طائر فلامينغو

con vẹt

ببغاء

gấu bắc cực

دب قطبي

chim cánh cụt

بطريق

cá mập

سمك القرش

con công

طاووس

con rắn

أفعى

cá sấu

تمساح

người trông giữ vườn bách thú

حارس في حديقة الحيوان

hải cẩu

عجل البحر

báo đốm

نمر أمريكي مرقط

ngựa lùn
....
فرس قزم

con báo
....
نمر

hà mã
....
فرس النهر

hươu cao cổ
....
زرافة

đại bàng
....
نسر

heo rừng
....
خنزير برّي

cá
....
سمك

con rùa
....
سلحفاة

hải mã
....
حيوان فظ البحري

con cáo
....
ثعلب

linh dương
....
غزال

bóng bầu dục Mỹ
كرة القدم الأمريكية

đua xe đạp
ركوب الدراجات

quần vợt
كرة التنس

bóng rổ
كرة السلة

bơi
السباحة

đấm bốc
الملاكمة

khúc côn cầu trên băng
هوكي الجليد

bóng đá
كرة القدم

cầu lông
الريشة الطائرة

điền kinh
العاب القوى الخفيفة

bóng ném
كرة اليد

trượt tuyết
التزلج على الثلج

polo
بولو

các hoạt động
نشاطات

nhảy
يقفز
ôm
يعانق
cười
يضحك
đi bộ
يمشي
ca hát
يغنّي
mơ
يحلم
cầu nguyện
يصلّي
hôn
يقبل

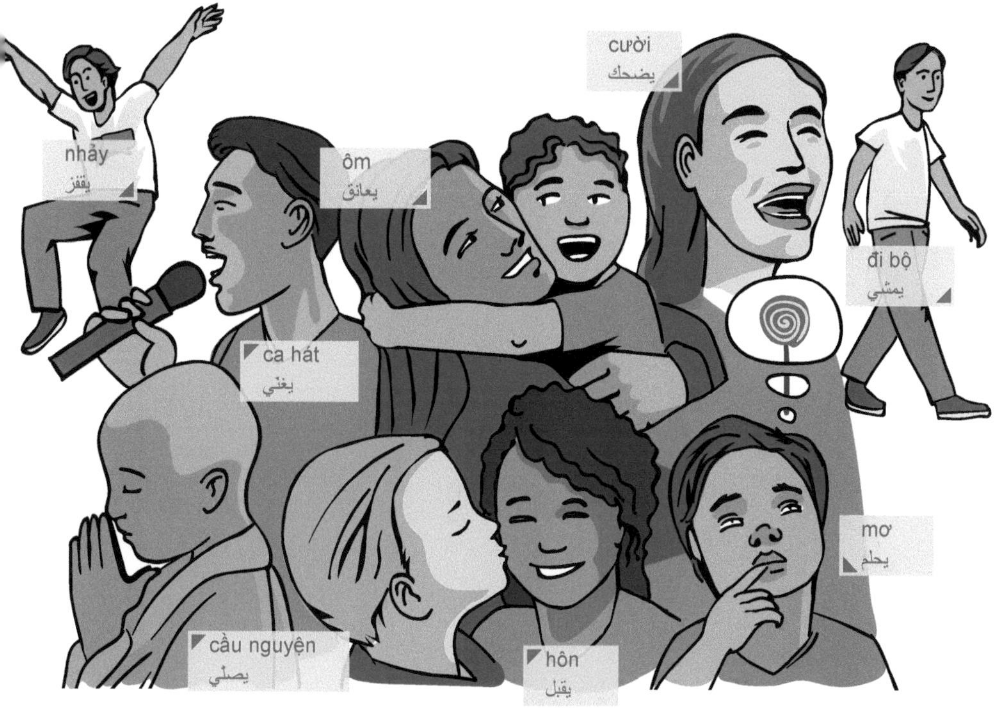

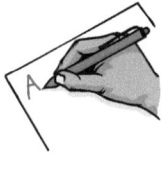

viết

يكتب

vẽ

يرسم

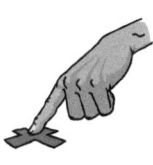

chỉ trỏ

يُري

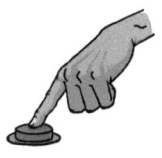

đẩy

يدفع

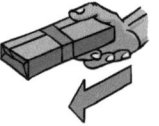

cho

يعطي

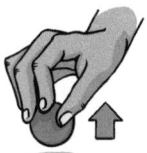

lấy đi

يأخذ

có

يملك

làm

يعمل

thì / là

يوجد

đứng

يقف

chạy

يركض

kéo

يسحب

ném

يرمي

rơi

يقع

nằm

يستلقي

chờ đợi

ينتظر

mang vác

يحمل

ngồi

يجلس

mặc quần áo

يلبس

ngủ

ينام

thức dậy

يستيقظ

xem

ينظر إلى ..

khóc

يبكي

vuốt ve

يمسّد

chải

يمشّط

nói chuyện

يتكلم

hiểu

يفهم

câu hỏi

يسأل

nghe

يسمع

uống

يشرب

ăn

ياكل

dọn dẹp

يرتّب

yêu

يحب

nấu nướng

يطبخ

lái xe

يقود

bay

يطير

đi thuyền buồm

يبحر بزورق شراعي

tính toán

يحسب

đọc

يقرأ

học

يتعلم

làm việc

يعمل

cưới

يتزوج

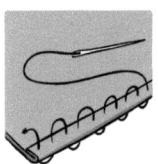

khâu vá

يخيط

đánh răng

ينظف أسنانه

giết

يقتل

hút thuốc

يدخّن

gửi đi

يرسل

gia đình
عائلة

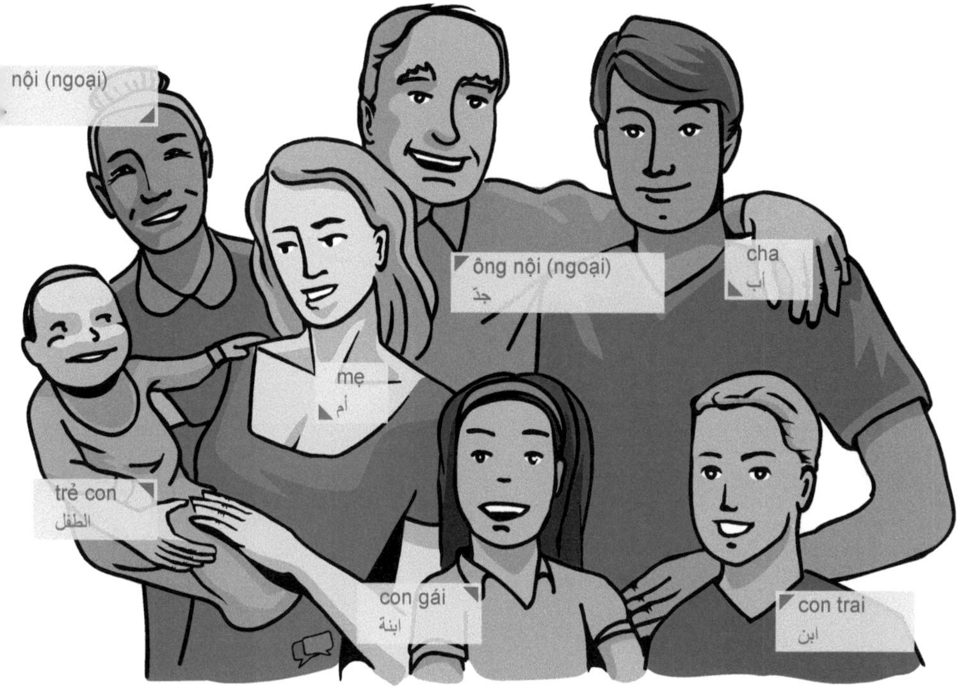
nội (ngoại)
ông nội (ngoại)
جدّ
cha
أب
mẹ
أم
trẻ con
الطفل
con gái
ابنة
con trai
ابن

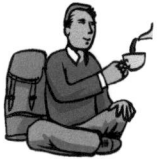

khách

ضيف

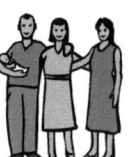

cô (dì)

عمّة / خالة

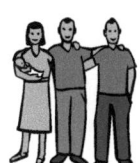

chú, bác (cậu)

عمّ / خال

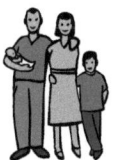

anh (em) trai

أخ

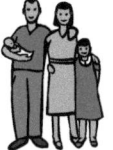

chị (em) gái

أخت

cơ thể

الجسم

trán
الجبين
mắt
العين
vai
الكتف
ngón tay
الإصبع
mặt
الوجه
cằm
الذقن
bàn tay
اليد
chân
الساق
ngực
الصدر
cánh tay
الذراع

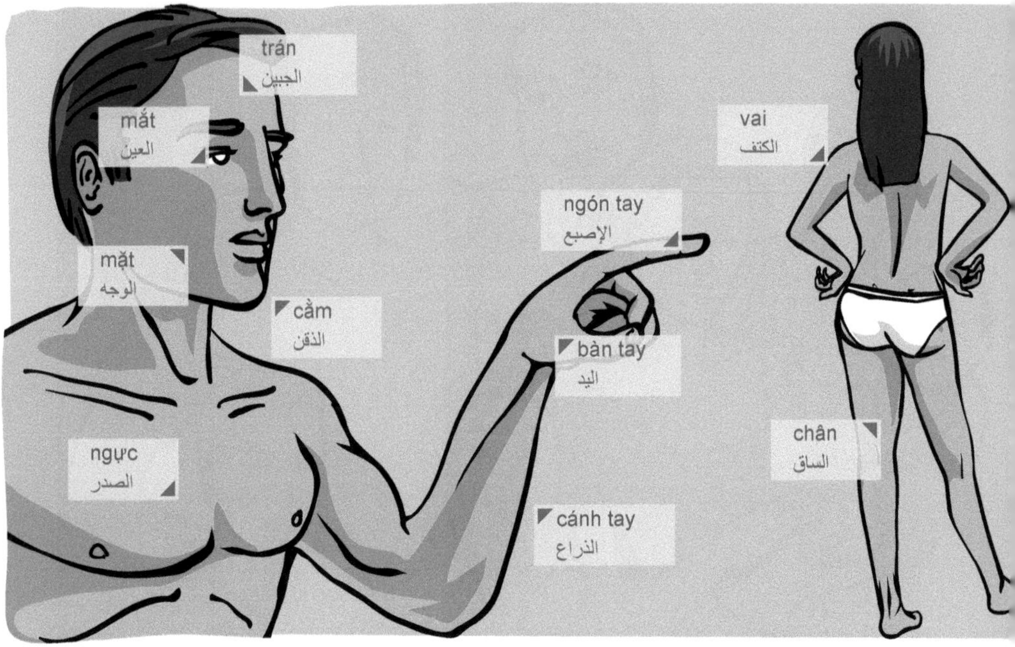

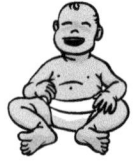

trẻ con

الطفل

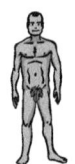

đàn ông

الرجل

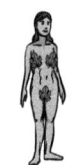

phụ nữ

المرأة

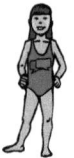

bé gái

البنت

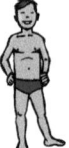

bé trai

الولد

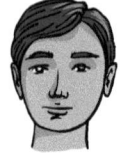

đầu

الرأس

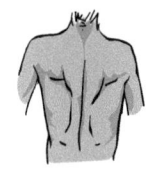

lư'ng

الظهر

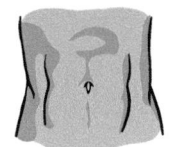

bụng

البطن

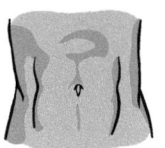

rốn

السرة

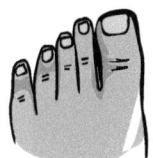

ngón chân

إصبع القدم

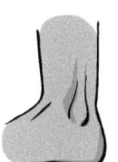

gót chân

الكعب

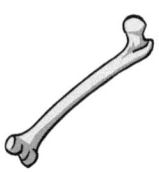

xư'ơng

العظم

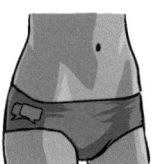

hông

الورك

đầu gối

الركبة

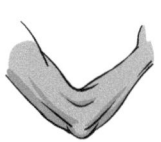

khuỷu tay

المرفق

mũi

الأنف

mông

العَجُز

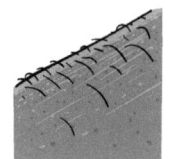

da

البشرة

má

الخد

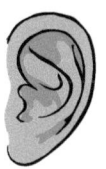

tai

الأذن

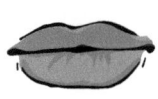

môi

الشفة

miệng

الفم

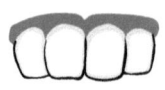

răng

السن

lưỡi

اللسان

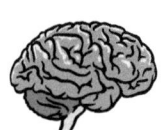

não

الدماغ

tim

القلب

cơ bắp

العضلة

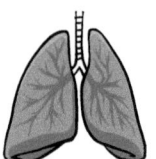

phổi

الرئة

gan

الكبد

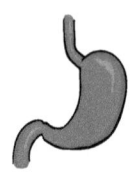

dạ dày

المعدة

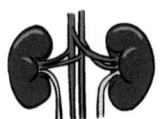

thận

الكلى

giao hợp

الاتصال الجنسي

bao cao su

الواقي المطاطي

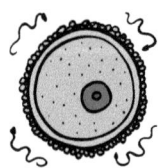

noãn

البويضة

tinh dịch

المنيّ

mang thai

الحمل

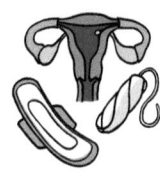

kinh nguyệt

الحيض

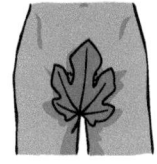

âm vật

المهبل

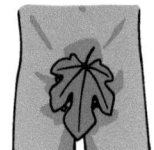

dương vật

القضيب

lông mày

الحاجب

tóc

الشعر

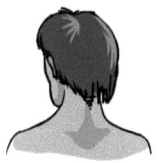

cổ

الرقبة

bệnh viện
المستشفى

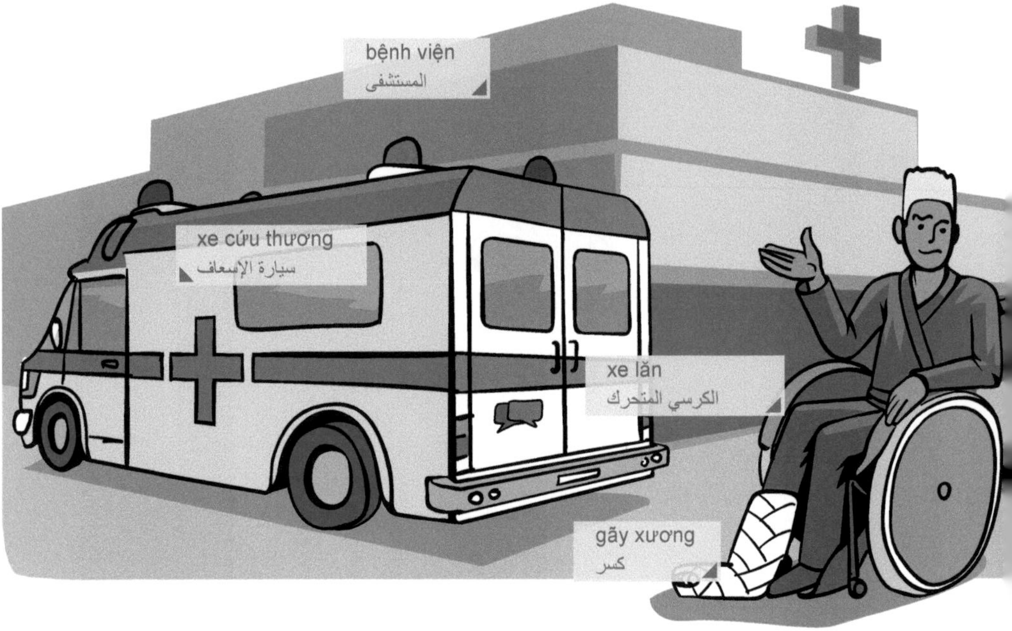

xe cứu thương
سيارة الإسعاف

xe lăn
الكرسي المتحرك

gãy xương
كسر

bác sĩ

الطبيب

phòng cấp cứu

غرفة الإسعاف

y tá

الممرضة

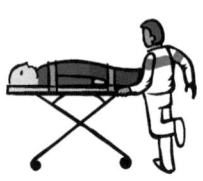

cấp cứu

حالة

bất tỉnh

مغمى عليه

cơn đau

الألم

bị thương

إصابة

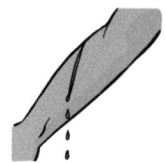

chảy máu

النزيف

nhồi máu cơ tim

احتشاء القلب

đột quỵ

جلطة

dị ứng

حساسية

ho

السعال

sốt

الحُمّى

cúm

إنفلونزا

tiêu chảy

الإسهال

đau đầu

وجع الرأس

ung thư

السرطان

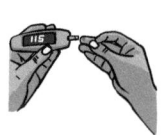

bệnh tiểu đường

مرض السكر

bác sĩ phẫu thuật

جرّاح

dao mổ

مبضع

giải phẫu

عملية

chụp cắt lớp

سيتي سكان

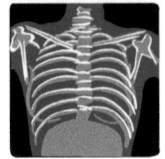

chụp x-quang

الأشعة السينية

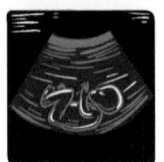

siêu âm

فوق الصوتي

mặt nạ

القناع

bệnh

المرض

phòng đợi

غرفة الانتظار

cái nạng

العُكّاز

băng dán vết thương

شريط لاصق

băng bó

ضماد

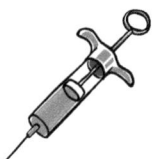

tiêm thuốc

حقنة

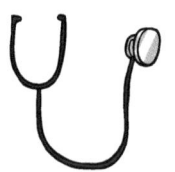

ống nghe khám bệnh

سمّاعة الطبيب

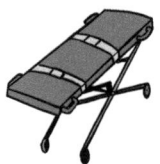

băng ca

نقالة

nhiệt kế

ميزان حرارة

sinh đẻ

ولادة

thừa cân

وزن زائد

máy trợ thính

جهاز السمع

chất khử trùng

المواد المعقمة

nhiễm trùng

عدوى

vi rút

فيروس

HIV / AIDS

الإيدز

thuốc

الطب

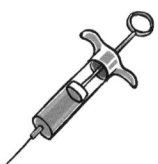

tiêm chủng

اللقاح

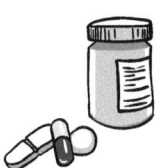

thuốc viên

أقراص الدواء

viên thuốc

حبة الدواء

gọi cấp cứu

نداء النجدة

máy đo huyết áp

مقياس ضغط الدم

bệnh / khỏe mạnh

مريض / صحيح

cứu!

النجدة!

báo động

إنذار

cuộc đột kích

اعتداء

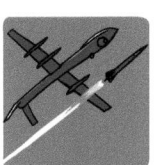

sự tấn công

هجوم

mối nguy hiểm

خطر

lối thoát hiểm

مخرج طوارئ

cháy!

حريق!

bình chữa cháy

جهاز الإطفاء

tai nạn

حادث

bộ dụng cụ sơ cứu

حقيبة الإسعاف الأولي

SOS

أنقذونا

cảnh sát

الشرطة

châu Âu

أوروبا

Bắc Mỹ

أمريكا الشمالية

Nam Mỹ

أمريكا الجنوبية

châu Phi

أفريقيا

châu Á

آسيا

châu Úc

أستراليا

Đại Tây Dương

المحيط الأطلسي

Thái Bình Dương

المحيط الهادي

Ấn Độ Dương

المحيط الهندي

Nam Cực Dương

المحيط المتجمد الجنوبي

Bắc Băng Dương

المحيط المتجمد الشمالي

bắc cực

القطب الشمالي

nam cực

القطب الجنوبي

nam cực

منطقة القطب الجنوبي

trái đất

أرض

đất liền

بر

biển

بحر

đảo

جزيرة

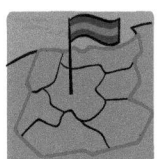

quốc gia

أمة

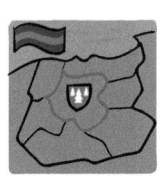

nhà nước

دولة

mặt đồng hồ

ميناء الساعة

kim chỉ giờ

عقرب الساعات

kim chỉ phút

عقرب الدقائق

kim chỉ giây

عقرب الثواني

Bây giờ là mấy giờ?

كم الساعة الآن؟

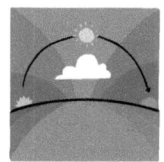

ngày

يوم

thời gian

زمن

bây giờ

الآن

đồng hồ điện tử

ساعة رقمية

phút

دقيقة

giờ

ساعة

tuần lễ

أسبوع

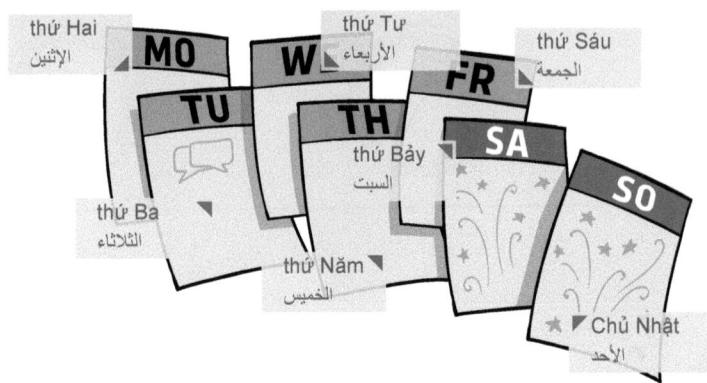

thứ Hai
الإثنين

thứ Tư
الأربعاء

thứ Sáu
الجمعة

thứ Ba
الثلاثاء

thứ Bảy
السبت

thứ Năm
الخميس

Chủ Nhật
الأحد

hôm qua
الأمس

hôm nay
اليوم

ngày mai
غداً

buổi sáng
الصباح

buổi trưa
الظهر

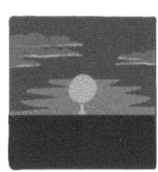

buổi tối
المساء

ngày làm việc
أيام العمل

cuối tuần
نهاية الأسبوع

năm
سنة

mưa
مطر
cầu vồng
قوس قزح
tuyết
ثلج
gió
ريح
mùa xuân
الربيع
mùa thu
الخريف
mùa hè
الصيف
mùa đông
الشتاء

4.APRIL 11°
5.APRIL 4°
6.APRIL 13°
7.APRIL 8°
8.APRIL 10°

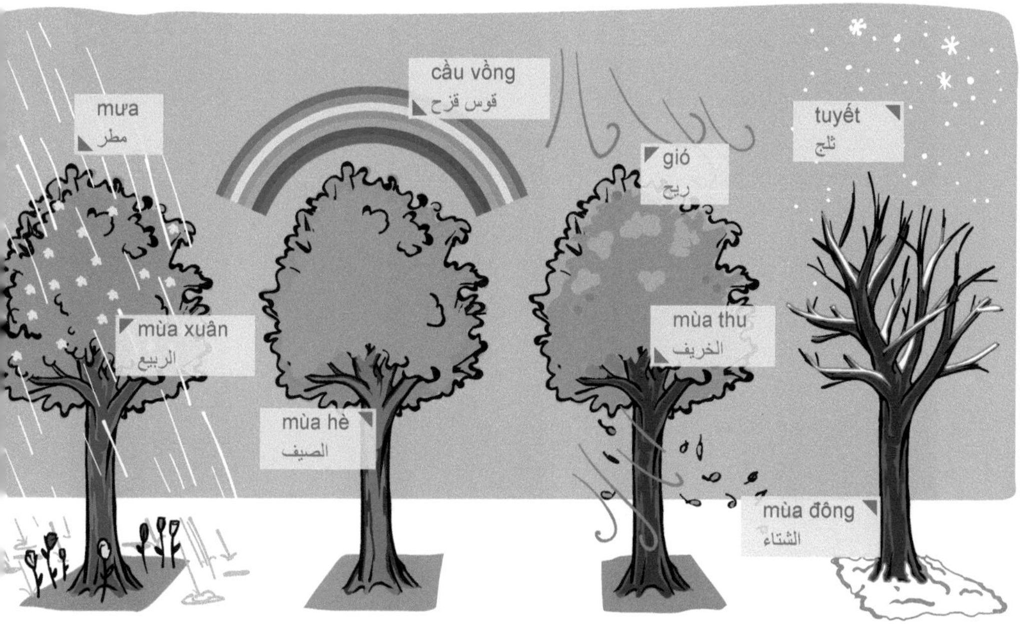

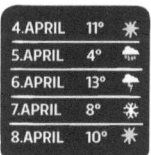

dự báo thời tiết
....
التنبؤ بالحالة الجوية

F
C
120
90
60
30
0
-30
40
30
20
10
0
-10
-20

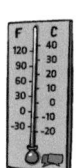

nhiệt kế
....
مقياس حرارة

ánh nắng
....
ضوء الشمس

mây
....
سحابة

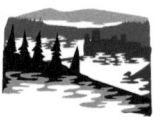

sương mù
....
ضباب

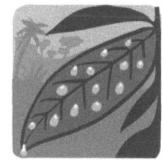

độ ẩm không khí
....
رطوبة الجو

tia chớp

برق

sấm sét

رعد

cơn bão

عاصفة

mưa đá

بَرَد

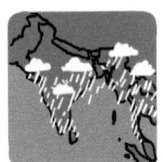

gió mùa

ريح موسمية

lũ lụt

طوفان

nước đá

جليد

tháng Một

كانون الثاني / يناير

tháng Hai

شباط / فبراير

tháng Ba

آذار / مارس

tháng Tư

نيسان / أبريل

tháng Năm

أيار / مايو

tháng Sáu

حزيران / يونيو

tháng Bảy

تموز / يوليو

tháng Tám

آب / أغسطس

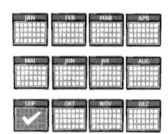

tháng Chín

أيلول / سبتمبر

tháng Mười

تشرين الأول / أكتوبر

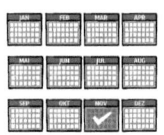

tháng Mười Một

تشرين الثاني / نوفمبر

tháng Mười Hai

كانون الأول / ديسمبر

hình dạng
أشكال

hình tròn

دائرة

hình vuông

مربع

hình chữ nhật

مستطيل

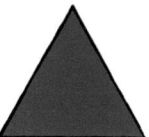

hình tam giác

مثلث

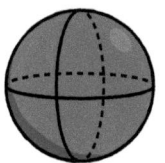

hình cầu

كرة

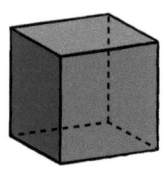

khối vuông

مكعب

màu trắng

أبيض

màu vàng

أصفر

màu cam

برتقالي

màu hồng

وردي

màu đỏ

أحمر

màu tím

بنفسجي

màu xanh dương

أزرق

màu xanh lá cây

أخضر

màu nâu

بني

màu xám

رمادي

màu đen

أسود

nhiều / ít

كثير / قليل

tức tối / điềm tĩnh

غضبان / هادئ

xinh đẹp / xấu xí

جميل / قبيح

bắt đầu / kết thúc

بداية / نهاية

to / nhỏ

كبير / صغير

sáng / tối

فاتح / قاتم

nh (em) trai / chị (em) gái

أخ / أخت

sạch / bẩn

نظيف / وسخ

đủ / thiếu

كامل / ناقص

ngày / đêm

نهار / ليل

chết / sống

ميت / حيّ

rộng / chật hẹp

عريض / ضيّق

ăn được / không ăn được

صالح للأكل / غير صالح

ác / tử tế

شرّير / لطيف

hào hứng / chán nản

مثير / ممل

béo / gầy

سمين / نحيف

đầu tiên / cuối cùng

أولاً / أخيراً

bạn / thù

صديق / عدو

đầy / rỗng

مليء / فارغ

cứng / mềm

صلب / ليّن

nặng / nhẹ

ثقيل / خفيف

đói / khát

جوع / عطش

bệnh / khỏe mạnh

مريض / صحيح

bất hợp pháp / hợp pháp

غير شرعي / شرعي

thông minh / ngu

ذكي / غبي

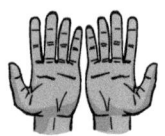

trái / phải

يسار / يمين

gần / xa

قريب / بعيد

mới / cũ

جديد / مستعمل

không có gì cả / có cái gì đó

لا شيء / بعض الشيء

già / trẻ

مسين / شاب

bật / tắt

يشعل / يطفئ

mở / đóng

مفتوح / مغلق

im lặng / ồn ào

خافت / عالٍ

giàu / nghèo

غني / فقير

đúng / sai

صح / خطأ

sần sùi / mịn màng

أحرش / املس

buồn / vui

حزين / سعيد

ngắn / dài

قصير / طويل

chậm / nhanh

بطيء / سريع

ẩm ướt / khô ráo

مبلول / جاف

ấm áp / mát mẻ

ساخن / بارد

chiến tranh / hòa bình

حرب / سلم

0
số không
صفر

1
một
واحد

2
hai
اثنان

3
ba
ثلاثة

4
bốn
أربعة

5
năm
خمسة

6
sáu
ستة

7
bảy
سبعة

8
tám
ثمانية

9
chín
تسعة

10
mười
عشرة

11
mười một
أحد عشر

12

mười hai

اثنا عشر

13

mười ba

ثلاثة عشر

14

mười bốn

أربعة عشر

15

mười lăm

خمسة عشر

16

mười sáu

ستة عشر

17

mười bảy

سبعة عشر

18

mười tám

ثمانية عشر

19

mười chín

تسعة عشر

20

hai mươi

عشرون

100

một trăm

مائة

1.000

một ngàn

ألف

1.000.000

một triệu

مليون

tiếng Anh

الإنكليزية

tiếng Anh Mỹ

الإنكليزية الأمريكية

tiếng Quan Thoại

لغة ماندارين الصينية

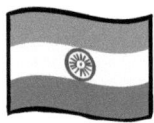

tiếng Hin-di

الهندية

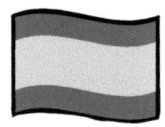

tiếng Tây Ban Nha

الإسبانية

tiếng Pháp

الفرنسية

tiếng Ả-rập

العربية

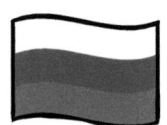

tiếng Nga

الروسية

tiếng Bồ Đào Nha

البرتغالية

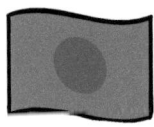

tiếng Bengal

البنغالية

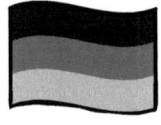

tiếng Đức

الألمانية

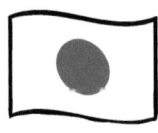

tiếng Nhật

اليابانية

tôi

أنا

bạn

أنت

anh ta / cô ta / nó

هو / هي

chúng tôi

نحن

các bạn

أنتم

họ

هم

ai?

من؟

cái gì?

ماذا؟

như thế nào?

كيف؟

ở đâu?

أين؟

lúc nào?

متى؟

tên

اسم

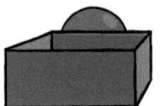

phía sau

خلف

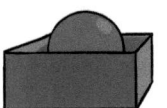

ở trong

في

phía trước

أمام

phía trên

فوق

ở trên

على

ở dưới

تحت

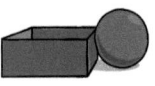

bên cạnh

جنب

ở giữa

بين

chỗ

مكان